Impressum
Verlag: BABADADA GmbH, Nedderfeld 112 , 22529 Hamburg
Geschäftsführer / Verlagsleitung: Harald Hof
Druck: Books on Demand GmbH, In de Tarpen 42, 22848 Norderstedt

Imprint
Publisher: BABADADA GmbH, Nedderfeld 112 , 22529 Hamburg, Germany
Managing Director / Publishing direction: Harald Hof
Print: Books on Demand GmbH, In de Tarpen 42, 22848 Norderstedt

icyumba k'ishuri
la salle de classe

kugabanya
diviser

186/2

ikibaho
le tableau noir

ikibuga cyo gukiniramo
la cour (de récréation)

umwarimu
le professeur

urupapuro
le papier

kwandika
écrire

ikaramu
le stylo

meza yo kwandikiraho
le bureau

iregere
la règle

igitabo
le livre

anyeshuri bo mu mashuri abanza
...lève

agahago k'ishuri

le cartable

agasanduku k'amakaramu
y'igiti

la trousse

ikaramu y'igiti

le crayon

tayekereyo

le taille-crayon

igome

la gomme

ikayi yo gushushanya

le carnet à dessin

igishushanyo

le dessin

uburoso bwo gusigisha

le pinceau

agasanduku k'amarangi y'amabara

la boîte de peinture

umukasi

les ciseaux

kore

la colle

ikayi y'imyitozo

le cahier d'exercices

umukoro w'imuhira

les devoirs

12

umubare

le chiffre

2+2

guteranya

additionner

5-2

gukuramo

soustraire

2×2

gukuba

multiplier

kubara

calculer

A

ibaruwa

la lettre

ABCDEFG
HIJKLMN
OPQRSTU
VWXYZ

inyuguti uko zikurikirana

l'alphabet

hello

ijambo

le mot

umwandiko

le texte

gusoma

lire

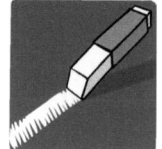

ingwa

la craie

isomo

la leçon

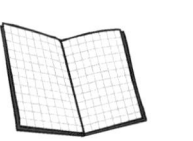

igitabo cyo kwiyandikishamo

le livre de classe

ikizami

l'examen

impamyabumenyi

le certificat

umwambaro w'ishuri

l'uniforme scolaire

uburezi

la formation

inkoranyamagambo

le lexique

kaminuza

l'université

mikorosikope

le microscope

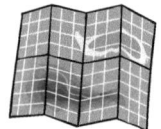

ikarita

la carte

pubere

la corbeille à papier

urugendo
le voyage

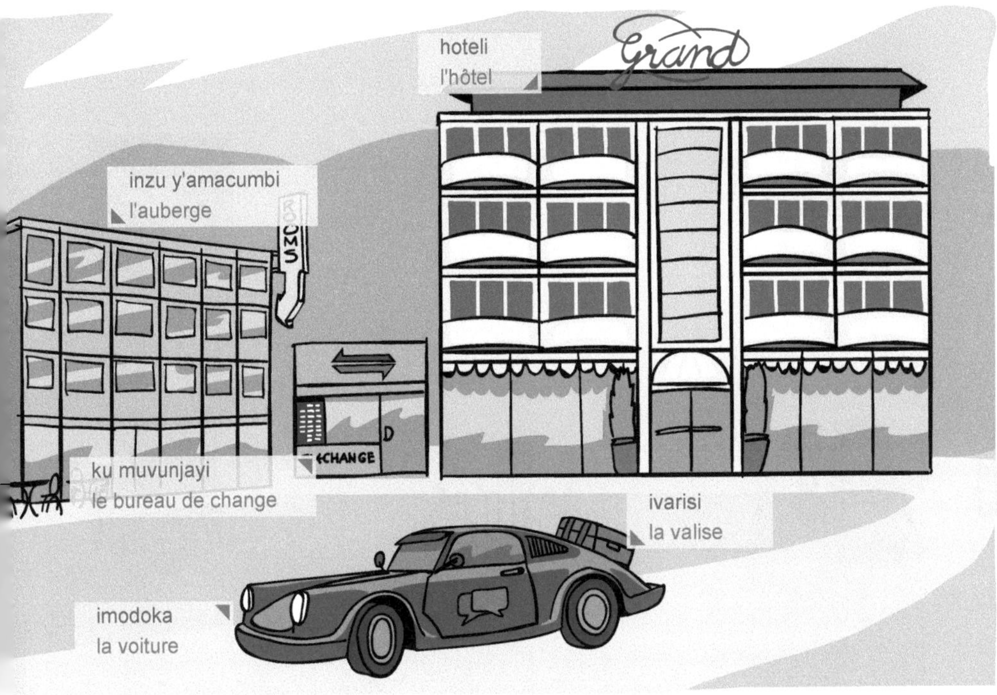
hoteli
l'hôtel
Grand
inzu y'amacumbi
l'auberge
ROOMS
ku muvunjayi
le bureau de change
CHANGE
ivarisi
la valise
imodoka
la voiture

ururimi

la langue

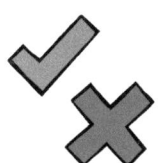

yego / oya

oui / non

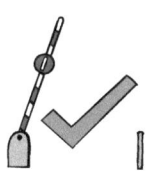

Yego

d'accord

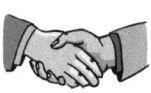

bite

Salut

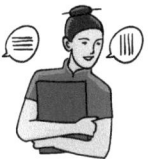

umusemuzi

l'interprète

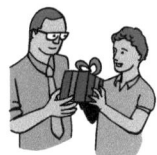

Murakoze

merci

ni angahe...?

Combien coûte...?

Sinsobanukiwe

Je ne comprends pas

ikibazo

le problème

wiriwe!

Bonsoir !

Waramutse

Bonjour !

Ijoro ryiza

Bonne nuit !

bayi

Au revoir

ikerekezo

la direction

imizigo

les bagages

igikapo

le sac

igikapo baheka

le sac-à-dos

umushyitsi

l'hôte

icyumba

la pièce

agafuko baryamamo

le sac de couchage

ihema

la tente

urugendo - le voyage

nakuru y'ahasurwa na ba
mukerarugendo
l'office de tourisme

ku musenyi wo ku mazi
la plage

ikarita ya banki
la carte de crédit

funguro ryo gusamura
le petit-déjeuner

ifunguro rya ku manywa
le déjeuner

ifunguro rya nimugoroba
le dîner

itike
le billet

asanseri
l'ascenseur

itembure
le timbre

umupaka
la frontière

gasutamo
la douane

ambasade
l'ambassade

viza
le visa

pasiporo
le passeport

gutwara abantu n'ibintu

le transport

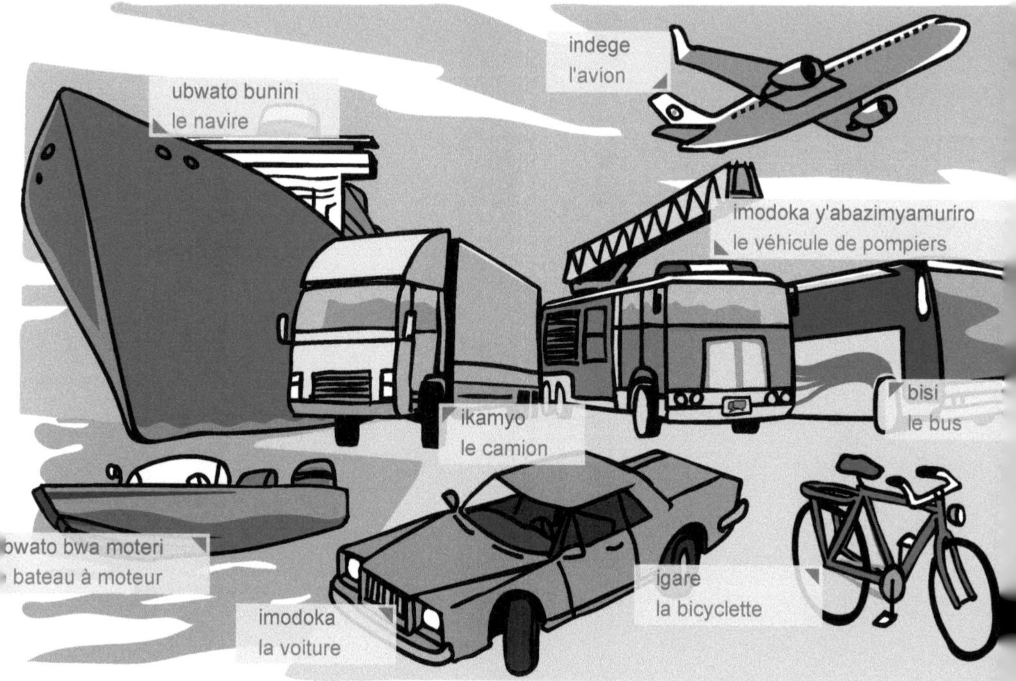

indege
l'avion
ubwato bunini
le navire
imodoka y'abazimyamuriro
le véhicule de pompiers
bisi
le bus
ikamyo
le camion
owato bwa moteri
bateau à moteur
igare
la bicyclette
imodoka
la voiture

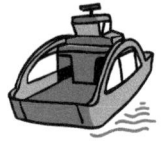

ubwato bwambutsa imizigo n'abantu

le ferry

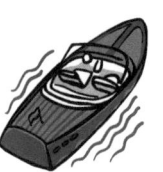

ubwato

la barque

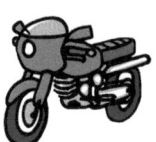

ipikipiki

la moto

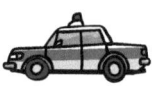

imodoka ya polisi

la voiture de police

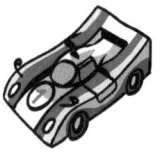

imodoka ya kuruse

la voiture de course

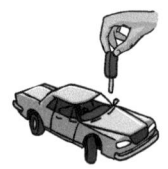

imodoka ikodeshwa

la voiture de location

gusangira imodoka

l'auto-partage

imodoka iterura izindi

la voiture de remorquage

imodoka iyora imyanda

la benne à ordures

moteri

le moteur

lisansi

l'essence

sitasiyo ya lisansi

la station d'essence

yapa kiyobora imodoka

le panneau indicateur

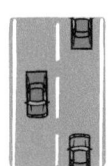

urujya n'uruza rw'imodoka

le trafic

ambuteyaje

l'embouteillage

parikingi y'imodoka

le parking

gare ya gariyamoshi

la gare

inzira ya gariyamoshi

les rails

gariyamoshi

le train

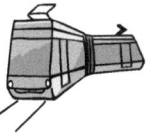

bisi ikoresha
amashanyarazi

le tramway

agatete k'imizigo gakururwa
n'imodoka

le wagon

kajugujugu

l'hélicoptère

ikibuga k'indege

l'aéroport

umunara

la tour

umugenzi

le passager

konteneri

le conteneur

ikarito

le carton

akagorofani ko mu iduka

le chariot

agaseke

la corbeille

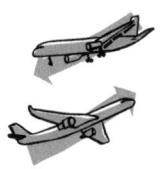

kuguruka / kururuka

décoller / atterrir

umugi

la ville

umudugudu

le village

mu mujyi rwagati

le centre-ville

inzu

la maison

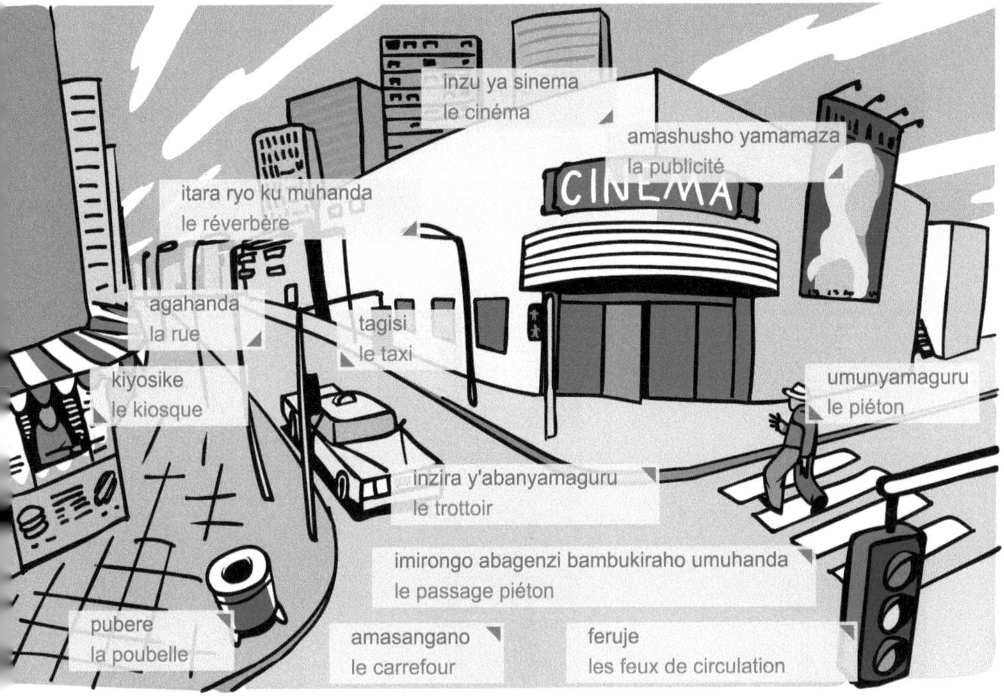
inzu ya sinema
le cinéma
amashusho yamamaza
la publicité
CINEMA
itara ryo ku muhanda
le réverbère
agahanda
la rue
tagisi
le taxi
kiyosike
le kiosque
umunyamaguru
le piéton
inzira y'abanyamaguru
le trottoir
imirongo abagenzi bambukiraho umuhanda
le passage piéton
pubere
la poubelle
amasangano
le carrefour
feruje
les feux de circulation

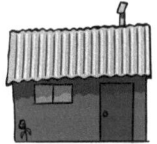

akaruri

la cabane

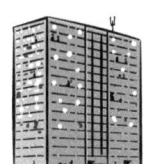

inzu ifatanye n'izindi

l'appartement

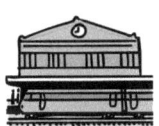

gare ya gariyamoshi

la gare

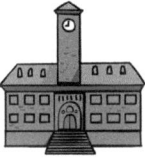

ibiro bya meya

la mairie

MUSEUM

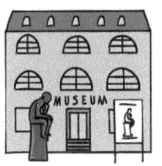

inzu ndangamurage

le musée

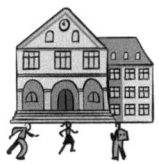

ishuri

l'école

kaminuza
l'université

banki
la banque

ibitaro
l'hôpital

hoteli
l'hôtel

farumasi
la pharmacie

ibiro
le bureau

inzu bagurishirizamo ibitabo

la librairie

iduka
le magasin

umucuruzi w'indabo
le fleuriste

amangazini manini
le supermarché

isoko
le marché

idepo
le grand magasin

umucuruzi w'amafi
la poissonnerie

iduka rinini
le centre commercial

icyambu
le port

parike

le parc

intebe y'urubaho

la banque

iteme

le pont

amadarajya

les escaliers

inzira yo munsi y'ubutaka

le métro

umuhanda wo munsi y'ubutaka

le tunnel

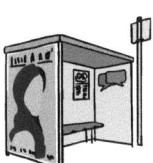

icyapa cya bisi

l'arrêt de bus

bare

le bar

resitora

le restaurant

asanduku k'amabaruwa

la boîte à lettres

icyapa cyo ku muhanda

le panneau indicateur

mubazi ya parikingi

le parcmètre

zoo

le zoo

pisine

le réverbère

umusigiti

la mosquée

ifamu

la ferme

kwangiza umwuka

la pollution

irimbi

la cimetière

ikiriziya

l'église

ikibuga k'imikino

l'aire de jeux

urusengero

le temple

umurambi
le paysage

ikibabi
la feuille

icyapa kiyobora
le panneau indicateur

inzira
le chemin

umukenke
le pré

ibuye
la pierre

umuntu utembera mu misozi
le randonneur

igiti
l'arbre

umugezi
la rivière

ibyatsi
l'herbe

indabo
la fleur

ikibaya

la vallée

agasozi

la montagne

ikiyaga

le lac

ishyamba

la forêt

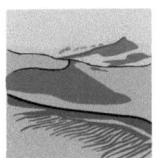

ubutayu

le désert

ikirunga

le volcan

ingoro

le château

umukororombya

l'arc-en-ciel

icyobo

le champignon

ikigazi

le palmier

umubu

le moustique

isazi

la mouche

intozi

les fourmis

uruyuki

l'abeille

igitagangurirwa

l'araignée

ikivumvuri

le coléoptère

igikeri

la grenouille

inkima

l'écureuil

imbuni

le hérisson

urukwavu

le lièvre

igihunyira

la chouette

inyoni

l'oiseau

igishuhe

le cygne

isatura

le sanglier

ingeragere

le cerf

impongo

l'élan

urugomero

le barrage

igipanga kikaraga kikazana
umuyaga

l'éolienne

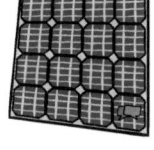

urubaho rukurura imirasire

le panneau solaire

ikirere

le climat

resitora
le restaurant

umuseriveri
le serveur
ibiryo byateguwe
le menu
intebe
la chaise
isupu
la soupe
piza
la pizza
ibikoresho byo kumeza
les couverts
igitambaro cyo gutegura ku meza
la nappe

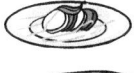

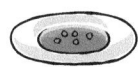

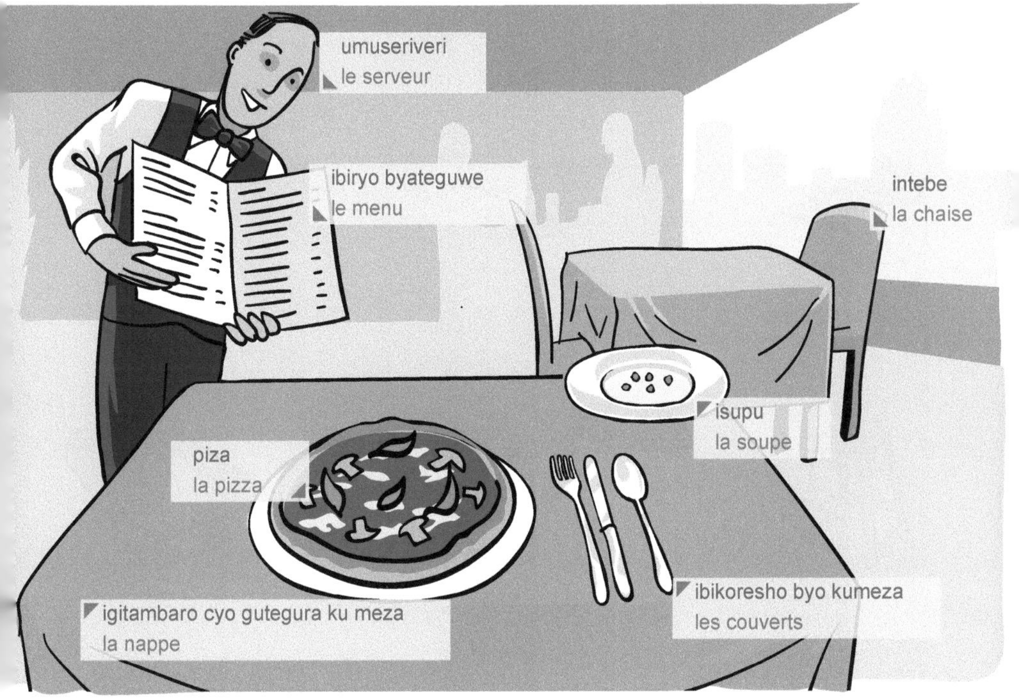

aperitifu

les hors d'œuvre

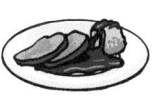

isahani nkuru

le plat principal

deseri

le dessert

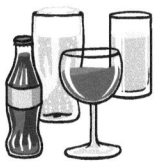

ibinyobwa

les boissons

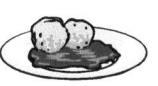

ibiribwa

l'alimentation

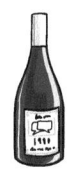

icupa

la bouteille

ibiryo barya bagenda

le fast-food

ibiryo byo kumuhanda

les plats à emporter

ibirika y'icyayi

la théière

agakombe k'isukari

le sucrier

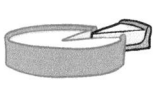

isahani y'ibiryo

la portion

imashini y'ikawa ya esipereso

la machine à expresso

intebe ndende

la chaise haute

inyemezabuguzi

la facture

ipurato

le plateau

icyuma

le couteau

ikanya

la fourchette

ikiyiko

la cuillère

akayiko k'icyayi

la cuillère à thé

seriviyete

la serviette

ikirahure cyo kunywesha

le verre

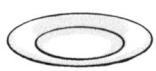

isahani
l'assiette

isahani y'isupu
l'assiette à soupe

agasutasi
la soucoupe

isosi
la sauce

agacupa k'umunyu
la salière

agasekuru k'urusenda
le moulin à poivre

vinegere
le vinaigre

amavuta
l'huile

ibirunge
les épices

kecapu
le ketchup

mutaride
la moutarde

mayonezi
la mayonnaise

amangazini manini

le supermarché

igiciro kidasanzwe
l'offre promotionnelle
umukiriya
le client
ibiva mu mata
les produits laitiers
imbuto
les fruits
akagorofani ko mu iduka
le chariot
FOR

BUTCHERS

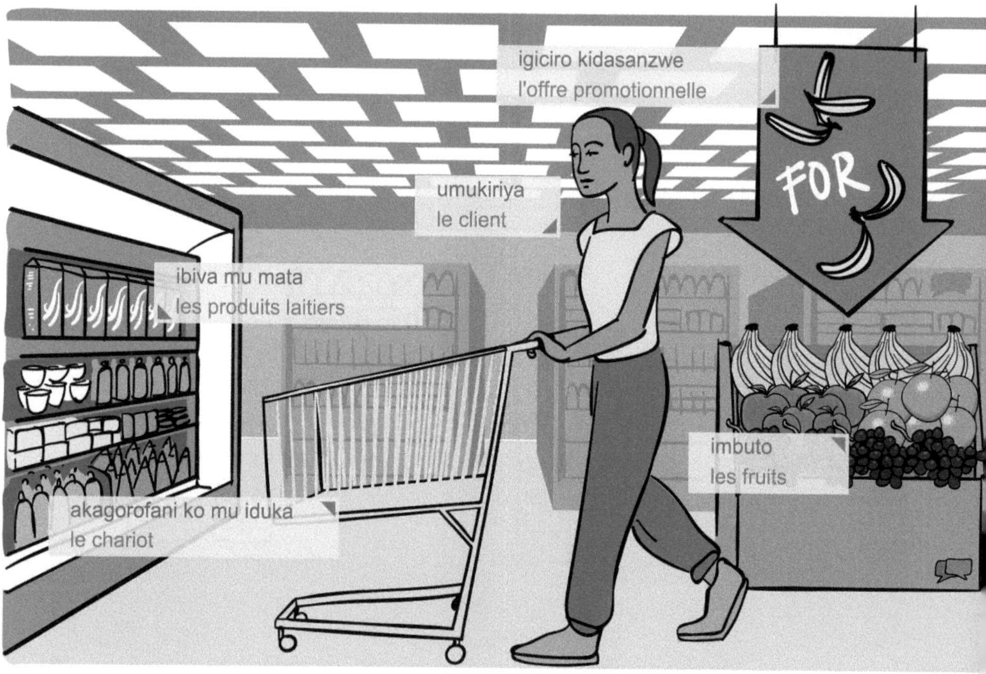

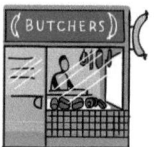

busheri

la boucherie

BAKERY

buranjeri

la boulangerie

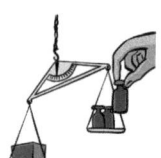

gupima ibiro

peser

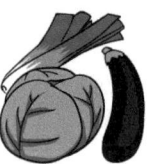

imboga

les légumes

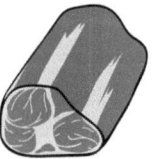

inyama

la viande

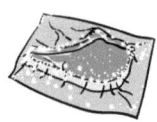

ibiryo bakonjesheje

les aliments surgelés

inyama zikonje

la charcuterie

ibiryo byo mu makopo

les conserves

isabune y'ifu

la poudre à lessive

bombo

les bonbons

ibikoresho byo mu rugo

les articles ménagers

imiti isukura

les détergents

umucuruzikazi

la vendeuse

kukesa

la caisse

umubitsi

le caissier

urutonde rwo guhaha

la liste d'achats

amasaha haba hafunguye

les heures d'ouverture

ipotomoni

le portefeuille

ikarita ya banki

la carte de crédit

umufuka

le sac

imifuko ya pulasitike

le sac en plastique

amazi

l'eau

umutobe

le jus de fruit

amata

le lait

koka

le coca

divayi

le vin

byeri

la bière

inzoga

l'alcool

shokora ishyushye

le chocolat chaud

icyayi

le thé

ikawa

le café

ikawa ya esipereso

l'expresso

kapucino

le cappuccino

umuneke

la banane

pome

la pomme

icunga

l'orange

wotameloni

le melon

indimu

le citron.

karoti

la carotte

tungurusumu

l'ail

umugano

le bambou

urutunguru

l'oignon

icyoba

le champignon

ubunyobwa

les noisettes

amakaroni

les pâtes

spageti
....
les spaghetti

umuceri
....
le riz

salade
....
la salade

udufiriti
....
les pommes frites

ibirayi by'ifiriti
....
les pommes de terre rôties

piza
....
la pizza

hamburugeri
....
le hamburger

sanduwici
....
le sandwich

escalope
....
l'escalope

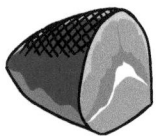

jambo
....
le jambon

salami
....
le salami

sosiso
....
la saucisse

inkoko
....
le poulet

kotsa
....
le rôti

ifi
....
le poisson

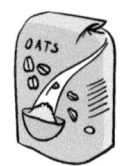

igikoma cy'uburo

les flocons d'avoine

pisitashi

le muesli

impeke

les cornflakes

ifu

la farine

kuruwasa

le croissant

amandazi

les petits-pains

umugati

le pain

umugati wumishijwe

le pain grillé

ibisuguti

les biscuits

amavuta

le beurre

forumaje year

le fromage blanc

keke

le gâteau

igi

l'œuf

umureti

l'œuf au plat

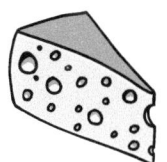

forumaje

le fromage

ayisikirimu

la glace

isukari

le sucre

ubuki

le miel

konfitire

la confiture

shokora

la crème nougat

kiri

le curry

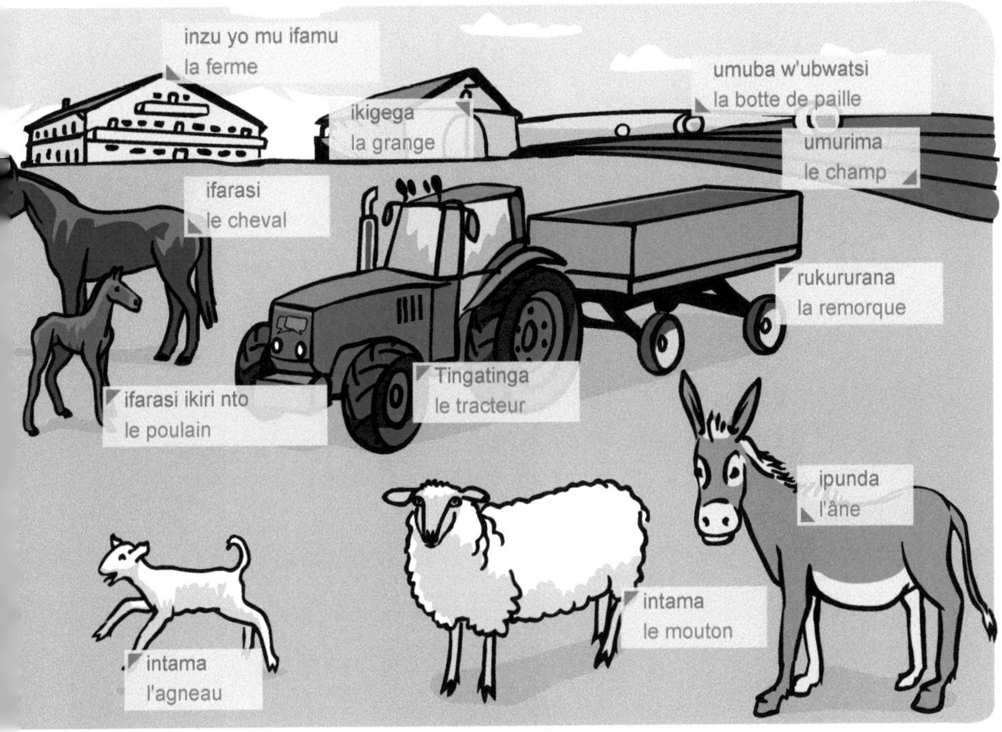

inzu yo mu ifamu
la ferme

umuba w'ubwatsi
la botte de paille

ikigega
la grange

umurima
le champ

ifarasi
le cheval

rukururana
la remorque

ifarasi ikiri nto
le poulain

Tingatinga
le tracteur

ipunda
l'âne

intama
le mouton

intama
l'agneau

ihene

la chèvre

inka

la vache

umutavu

le veau

ingurube

le porc

ikibwana k'ingurube

le porcelet

ikimasa

le taureau

igishuhe

l'oie

imbata

le canard

umushwi

le poussin

inkokokazi

la poule

isake

le coq

imbeba

le rat

injangwe

le chat

imbeba

la souris

ikimasa

le bœuf

imbwa

le chien

ikiruka

le chenil

itiyo ijyana mu karima

le tuyau de jardin

arozuwari

l'arrosoir

najuru

la faucheuse

imashini ihinga

la charrue

najuru

la faucille

isuka

la pioche

rato

la fourche

ishoka

la hache

ingorofani

la brouette

ikibumbiro

la cuve

inkongoro

le pot à lait

igunira

le sac

urugo

la clôture

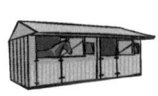

ikiraro

l'étable

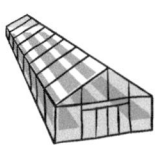

inzu ihingwamo

le serre

ubutaka

le sol

imbuto zo gutera

les semences

ifumbire

l'engrais

imashini isarura

la moissonneuse-batteuse

gusarura

récolter

umusaruro

la récolte

ibikoro

l'igname

ingano

le blé

soya

le soja

ikirayi

la pomme de terre

ikigori

le maïs

umwayi weze

le colza

igiti k'imbuto

l'arbre fruitier

umwumbati

le manioc

impeke

les céréales

inzu

la maison

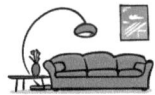

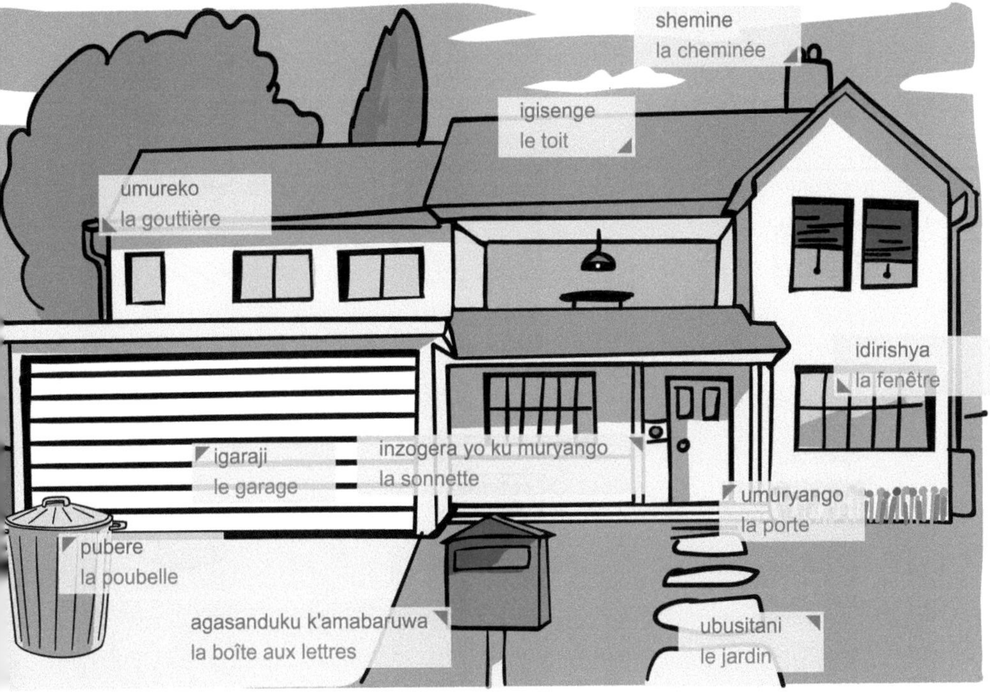

shemine
la cheminée
igisenge
le toit
umureko
la gouttière
idirishya
la fenêtre
igaraji
le garage
inzogera yo ku muryango
la sonnette
umuryango
la porte
pubere
la poubelle
agasanduku k'amabaruwa
la boîte aux lettres
ubusitani
le jardin

yumba cy'uruganiriro

le salon

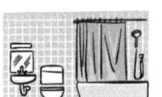

ubwogero

la salle de bain

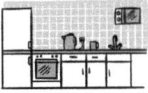

igikoni

la cuisine

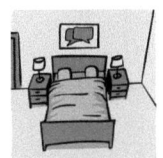

yumba cyo kuraramo

a chambre à coucher

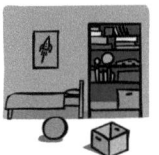

icyumba cy'abana

la chambre d'enfant

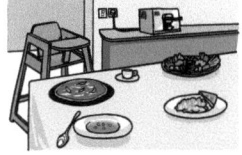

uburiro

la salle à manger

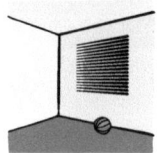

hasi

le sol

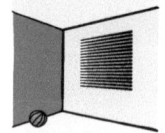

urukuta

le mur

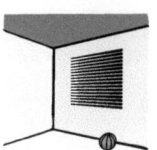

purafo

le plafond

kave

la cave

sawuna

le sauna

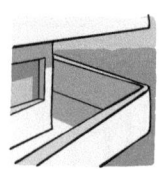

urubaraza

le balcon

ku rubaraza

la terrasse

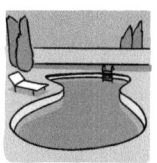

pisine

la piscine

imashini ikupakupa

la tondeuse à gazon

umwenda utwikira

la housse

kuvureri

la couette

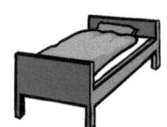

igitanda

le lit

umweyo

le balai

indobo

le sceau

enteributeri

l'interrupteur

icyumba cy'uruganiriro

le salon

urupapuro rwomekwa ku rukuta
le papier peint
ifoto
l'image
itara
la lampe
etajere
l'étagère
akabati
l'armoire
televiziyo
la télé
shemine
la cheminée
indabo
la fleur
umusego
le coussin
ifoteyi nini
le sofa
icyungo k'indabo
le vase
terekomande
la télécommande

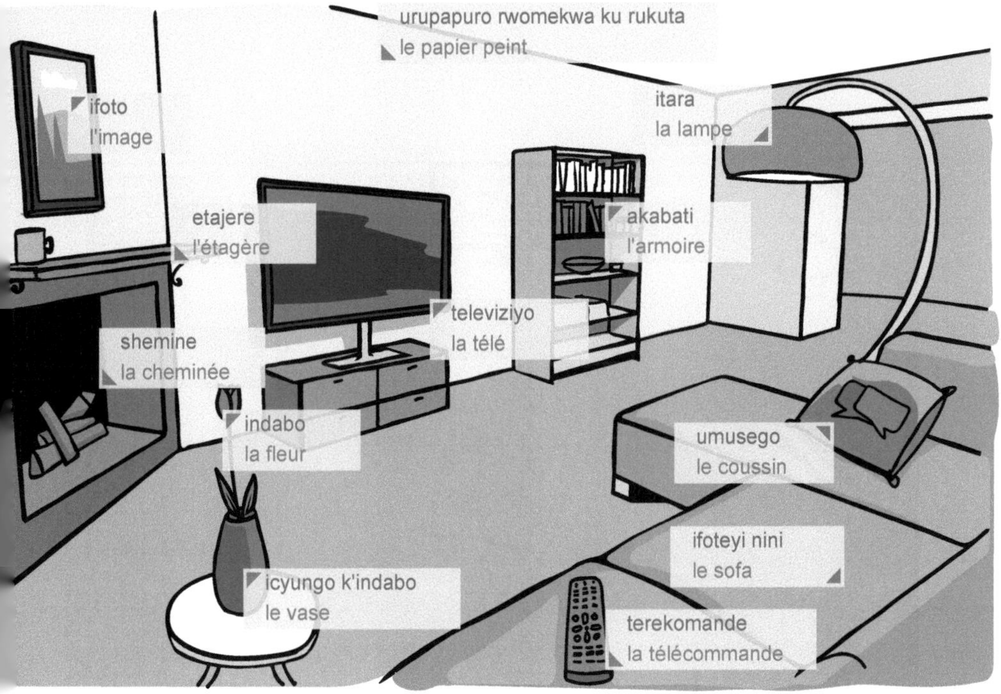

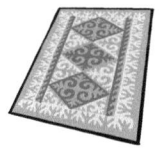

itapi

le tapis

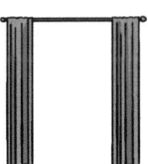

rido

le rideau

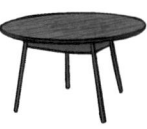

ameza

la table

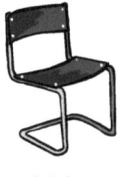

intebe

la chaise

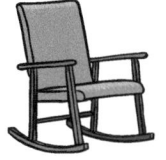

intebe yizengurutsa

la chaise à bascule

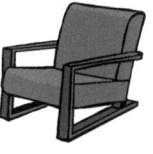

ifoteyi

le fauteuil

igitabo

le livre

uburingiti

la couverture

umutako

la décoration

inkwi

le bois de chauffage

filimi

le film

ibikoresho bya hifi

la chaîne hi-fi

urufunguzo

la clé

ikinyamakuru

le journal

ishusho

la peinture

icyapa

le poster

iradiyo

la radio

ikarine

le bloc-notes

umweyo wa kizungu
ukoresha umwka

l'aspirateur

ikimungu

le cactus

buji

la bougie

igikoni
la cuisine

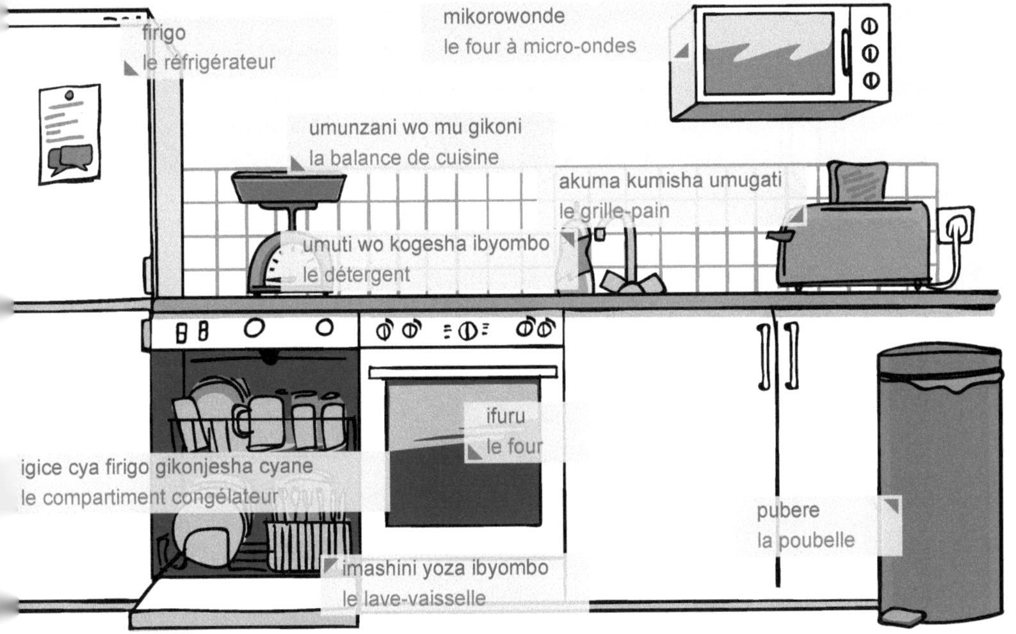

firigo
le réfrigérateur
mikorowonde
le four à micro-ondes
umunzani wo mu gikoni
la balance de cuisine
akuma kumisha umugati
le grille-pain
umuti wo kogesha ibyombo
le détergent
ifuru
le four
igice cya firigo gikonjesha cyane
le compartiment congélateur
pubere
la poubelle
imashini yoza ibyombo
le lave-vaisselle

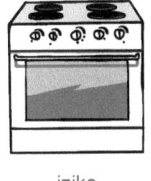

iziko

le four

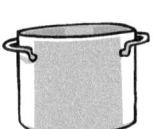

icyungo

la casserole

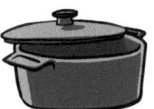

inkono y'icyuma

la marmite

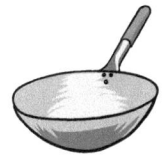

ipanu ifukuye cyane

le wok / kadai

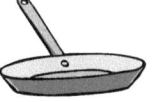

ipanu

la poêle

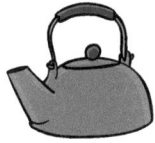

ibirika

la bouilloire electrique

isafuriya ya peresiyo

le cuiseur vapeur

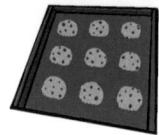

isahani yo mu ifuru

la plaque de cuisson

ibyombo

la vaisselle

igikombe

le gobelet

isorori

la coupe

uduti abashinwa barisha

les baguettes

ikiyiko kigabura

la louche

Ikiyiko cyarura ifiriti

la spatule

umutozo

le fouet

paswari

la passoire

akayunguruzo

le tamis

agaharuzo ka karoti

la râpe

isekuru

le mortier

icyokezo

le barbecue

shomine

la cheminée

akabaho ko gukatiraho imboga

la planche à découper

umwuko

le rouleau à pâtisserie

urufunguzo rwa divayi

le tire-bouchon

agakopo

la boîte

urufunguzo rw'amakopo

l'ouvre-boîte

umukondo w'icyungo

les maniques

ravabo

le lavabo

uburoso

la brosse

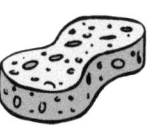

iponji

l'éponge

mixer

le mixeur

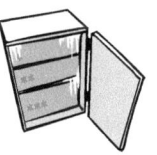

firigo itambitse

le congélateur

bibero

le biberon

robine

le robinet

ubwogero
la salle de bain

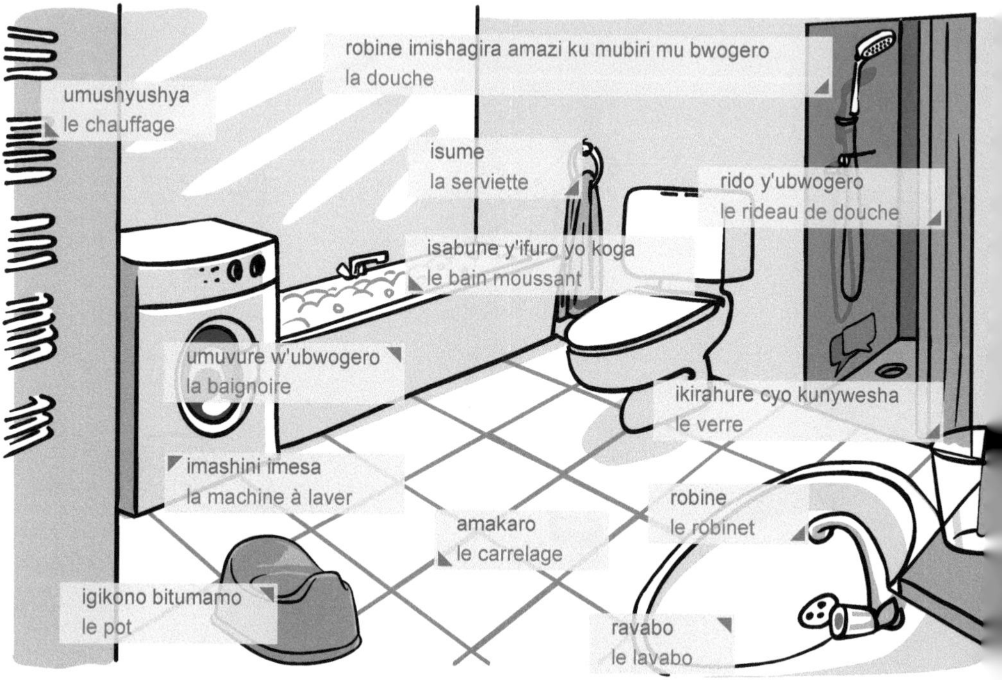

robine imishagira amazi ku mubiri mu bwogero
la douche
umushyushya
le chauffage
isume
la serviette
rido y'ubwogero
le rideau de douche
isabune y'ifuro yo koga
le bain moussant
umuvure w'ubwogero
la baignoire
ikirahure cyo kunywesha
le verre
imashini imesa
la machine à laver
robine
le robinet
amakaro
le carrelage
igikono bitumamo
le pot
ravabo
le lavabo

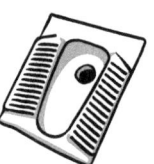

ubwiherero

les toilettes

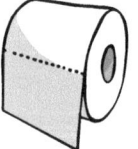

umusarani wo gusutama

la toilette à la turque

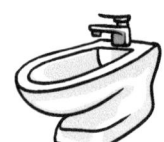

igikono cy'ubwiherero bwo mu nzu

le bidet

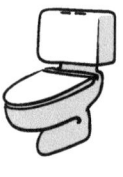

aho bihagarika

l'urinoir

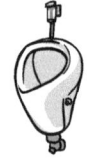

papiyejenike

le papier toilette

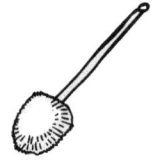

uburoso bwo mu bwiherero

la brosse à toilette

uburoso bw'amenyo

la brosse à dents

korogati

le dentifrice

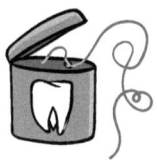

akagozi ko kwihaganyuza amenyo

le fil dentaire

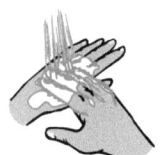

gukaraba

laver

akamishagira amazi ku mubiri bafata mu ntoki

la douche manuelle

ubwogero bw'amazi yisuka

la douche intime

abo bakarabiramo intoki

la vasque

uburoso bwo kwitsiritisha mu mugongo

la brosse dorsale

isabune

le savon

abune yo mu bwogero

le gel douche

isabune yo kumeshesha umusatsi

le shampooing

icyangwe cyo kwiyuhagiza

le gant de toilette

yobora amazi yanduye

l'écoulement

ikimuri

la crème

umubavu

le déodorant

ikirori cyo mu ntoki

le miroir

ikirori cyo mu ntoki

le miroir cosmétique

urwembe

le rasoir

ifuro ryo kurinda imiburu

la mousse à raser

umuti ukingira imiburu

l'après-rasage

igisokozo

la peigne

uburoso

la brosse

imashini yumisha umusatsi

le sèche-cheveux

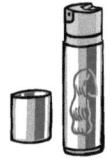

amarashi y'umusatsi

la laque pour cheveux

igishahuro cyo kwitera

le fond de teint

rujalevure

le rouge à lèvres

verini y'inzara

le vernis à ongles

ipamba

l'ouate

agasena inzara

le coupe-ongles

umubavu

le parfum

agafuka k'ibikoresho byo
mu bwogero

la trousse de toilette

intebe

le tabouret

umunzani

le pèse-personne

ikanzu yo kujyana mu
bwogero

le peignoir

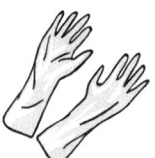

udupfukantoki two
gusukuza

les gants de nettoyage

urubindo

le tampon

udupapuro two
ihanaguza mu bwiherero

s serviettes hygiéniques

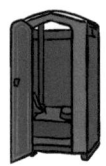

ubwiherero bwimukanwa

la toilette chimique

icyumba cy'abana

la chambre d'enfant

inzogera y'isaha ikangura
le réveil
igipupe gikoze mu myenda
le doudou
udukinisho tw'imodoka
la voiture jouet
ikinyuguri
le hochet
inzu y'ibipupe
la maison de poupée
impano
le cadeau

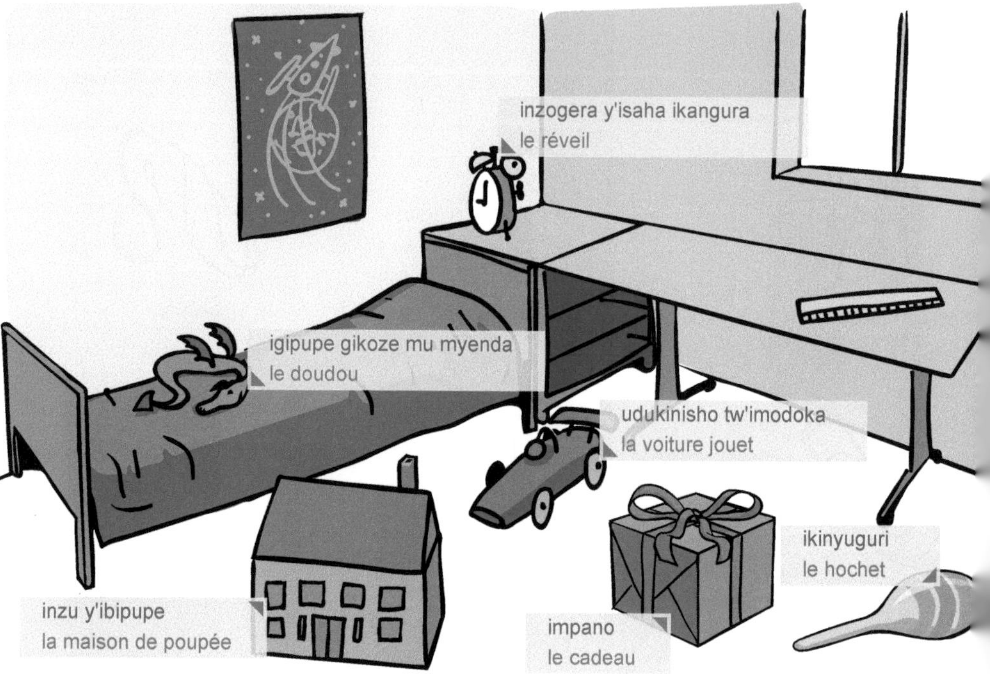

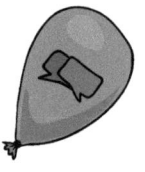

ballon

le ballon

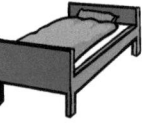

igitanda

le lit

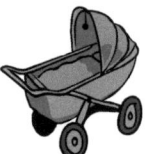

agapusipusi

la poussette

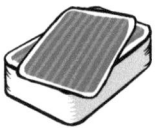

amakarita

le jeu de cartes

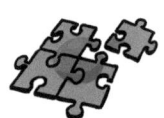

kubaka ishusho bacagaguye

le puzzle

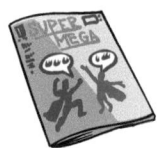

inkuru isetsa

la bande dessinée

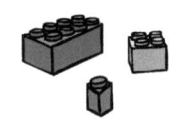

gucomekanya udutafari

les pièces lego

udutafari tw'udukinisho

les blocs de construction

igikinisho

la figurine

ipinjama y'uruhinja

la grenouillère

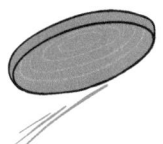

gutera indege

le frisbee

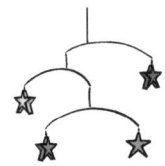

terefoni ngendanwa

le mobile

nikino yo kuganiriraho

le jeu de société

igisoro

le dé

gariyamoshi y'igikinisho

le train miniature

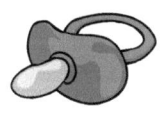

ikinyonyo

la sucette

umunsi mukuru

la fête

arubumu

le livre d'images

umupira

la balle

agapupe

la poupée

gukina

jouer

igikarito cy'umucanga

le bac à sable

urwicundo

la balançoire

ibikinisho

les jouets

agasanduku k'imikino yo kuri videwo

la console de jeu

akagare k'imipine itatu

le tricycle

igipupe k'ibyoya

l'ours en peluche

akabati k'imyenda

l'armoire

imyambaro
les vêtements

amasogisi

les chaussettes

amasogisi afatanye n'ikariso

les bas

kora

le collant

akitero
l'écharpe

umutaka
le parapluie

agapira ko hejuru
le t-shirt

umukandara
la ceinture

bote
les bottes

inkweto zo kubyukana
les pantoufles

superese
les baskets

isandari
les sandales

inkweto
les chaussures

bote za kawucu
les bottes de caoutchouc

imyenda y'imbere
les sous-vêtements

isutiye
le soutien-gorge

isengeri
le maillot de corps

imyambaro - les vêtements

45

body
le body

ipantalo
le pantalon

ikoboyi
le jean

ijipo
la jupe

ishati y'abagore
le chemisier

ishati
la chemise

umupira w'imbeho
le pull

umupira w'ingofero
le sweat à capuche

agakoti
la veste

ijaketi
la veste

ikoti
le manteau

ikoti ry'imvura
l'imperméable

umwambaro w'ibikino
le costume

ikanzu
la robe

ikanzu y'abageni
la robe de mariée

kostitimu

le costume

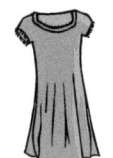

ikanzu yo kurarana

la chemise de nuit

ipinjama

le pyjama

nukenyero w'abahindikazi

le sari

igitambaro cyo mu mutwe

le foulard

urugori

le turban

mwitandiro uhisha isura

la burqa

ikanzu ndende

le caftan

igishura

l'abaya

imyenda yo kwidumbaguzanya

le maillot de bain

ikariso yo kwidumbaguzanya

le maillot de bain

ikabutura

le short

tereningi

tenue d'entraînement

itaburiya

le tablier

udupfukantoki

les gants

igipesu

le bouton

amadarubindi

les lunettes

igikomo

le bracelet

umukufi

le collier

impeta

la bague

iherena

la boucle d'oreille

ingofero

le bonnet

porutemanto

le cintre

ingofero

le chapeau

karuvati

la cravate

imashini yo ku mwenda

la fermeture éclair

kasike

le casque

amaburuteri

les bretelles

umwambaro w'ishuri

l'uniforme scolaire

impuzankano

l'uniforme

agakingirankonda
....
le bavoir

ikinyonyo
....
la sucette

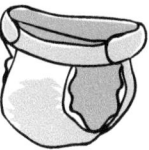

amaranje
....
la lange

ibiro

le bureau

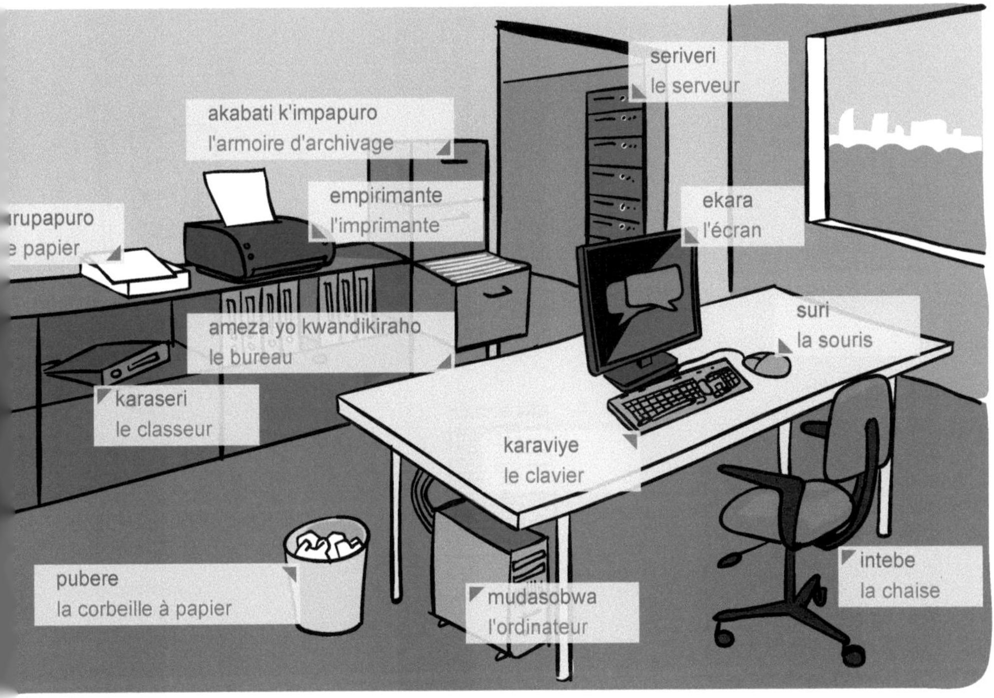

seriveri
le serveur

akabati k'impapuro
l'armoire d'archivage

empirimante
l'imprimante

ekara
l'écran

rupapuro
e papier

ameza yo kwandikiraho
le bureau

suri
la souris

karaseri
le classeur

karaviye
le clavier

pubere
la corbeille à papier

mudasobwa
l'ordinateur

intebe
la chaise

igikombe k'ikawa
....
la tasse de café

akabarisho
....
la calculatrice

enterineti
....
l'internet

laputopu

l'ordinateur portable

ibaruwa

la lettre

ubutumwa

le message

ngendanwa

le portable

netiwake

le réseau

fotokopiyeze

la photocopieuse

porogaramu

le logiciel

telefoni

le téléphone

purize

la prise

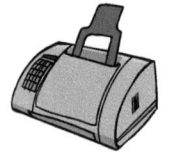

imashini yohereza fagisi

le fax

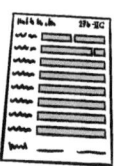

fomu

le formulaire

inyandiko

le document

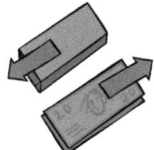

kugura

acheter

kwishyura

payer

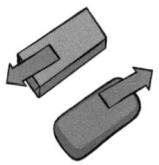

gucuruza

faire du commerce

amafaranga

la monnaie

idorari

le dollar

iyero

l'euro

iyeni

le yen

irubure

le rouble

ifaranga ry'irisuwisi

le franc suisse

iriyuwani

le renminbi yuan

irupi

la roupie

icyuma cya banki
babikurizaho

le distributeur automatique

ku muvunjayi

le bureau de change

zahabu

l'or

feza

l'argent

peteroli

le pétrole

ingufu z'amashanyarazi

l'énergie

igiciro

le prix

kontaro

le contrat

tagisi

la taxe

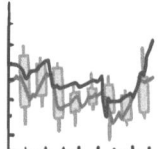

isoko ryo kugura no kugurisha

l'action

gukora

travailler

umukozi

l'employé

umukoresha

l'employeur

uruganda

l'usine

iduka

le magasin

imirimo

les professions

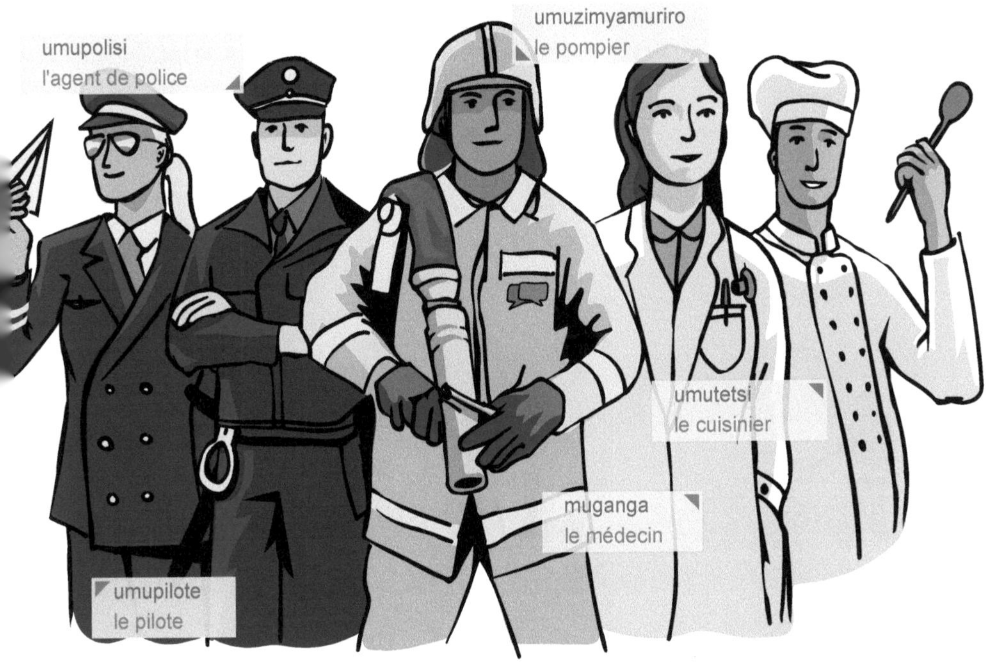
umupolisi
l'agent de police
umuzimyamuriro
le pompier
umutetsi
le cuisinier
muganga
le médecin
umupilote
le pilote

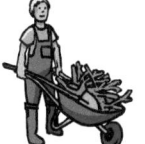

umujaridiniye

le jardinier

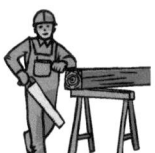

umubaji

le menuisier

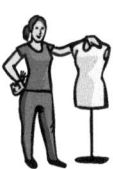

umudozi

la couturière

umucamanza

le juge

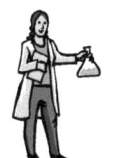

umunyabutabire

le chimiste

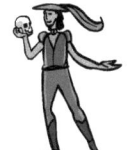

umukinnyi wa filimi

l'acteur

umushoferi wa bisi

le conducteur de bus

umushoferi wa tagisi

le chauffeur de taxi

umurobyi

le pêcheur

umugore ushinzwe gukora
isuku

la femme de ménage

umufundi usakara

le couvreur

umuseriveri

le serveur

umuhigi

le chasseur

umuntu usiga irangi

le peintre

Umuntu ukora imigati

le boulanger

Umuntu ukora mu
mashanyarazi

l'électricien

umufundi

l'ouvrier

injenyeri

l'ingénieur

umubazi

le boucher

umutnu ukora mu mazi

le plombier

umuparanto

le facteur

umusirikare

le soldat

umwubatsi

l'architecte

umubitsi

le caissier

untu ukora mu by'indabo

le fleuriste

kimyozi

le coiffeur

komvuwayeri

le contrôleur

umukanishi

le mécanicien

kapiteni

le capitaine

muganga w'amenyo

le dentiste

muhanga muri siyansi

le scientifique

rabi

le rabbin

imamu

l'imam

umumwane

le moine

umuyobozi w'idini

le prêtre

ibikoresho

les outils

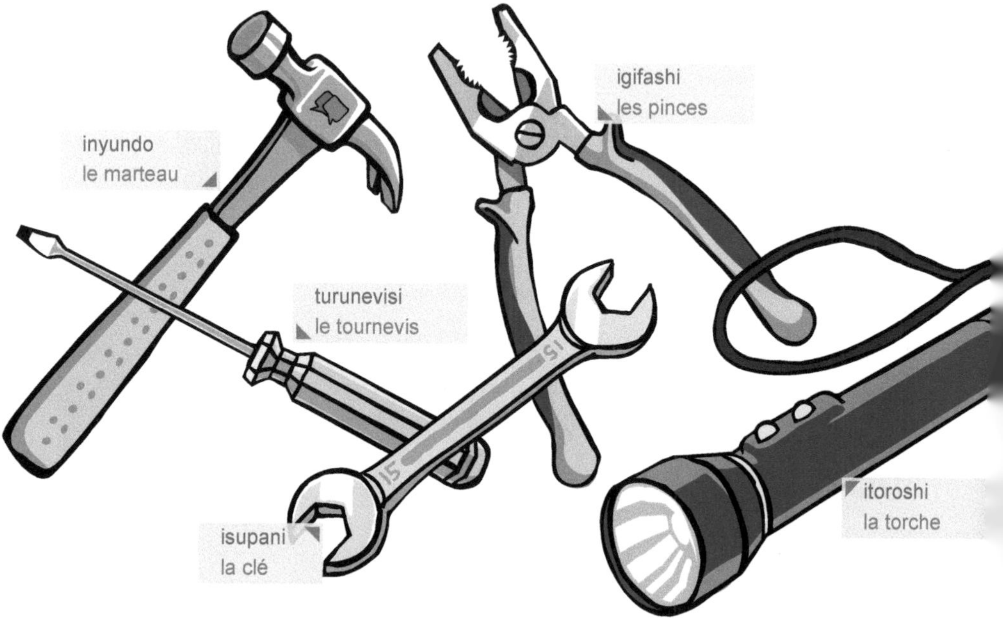
inyundo
le marteau
igifashi
les pinces
turunevisi
le tournevis
isupani
la clé
itoroshi
la torche

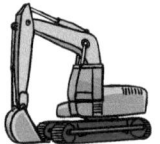

ipiki

la pelleteuse

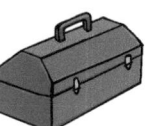

isanduku y'ibikoresho

la boîte à outils

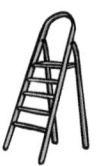

urwego

l'échelle

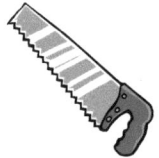

urukero

la scie

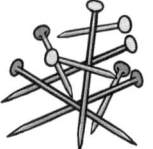

imisumari

les clous

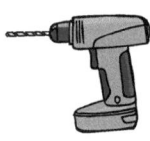

itindo

la perceuse

gusana

réparer

igitiyo

la pelle

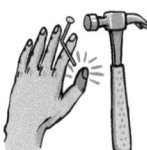

wo gacwa we

Mince !

igitiyo

la pelle

igikombe k'irangi

le pot de peinture

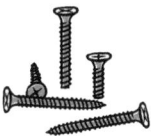

amavisi

les vis

ibyuma by'umuziki

les instruments de musique

umuzindaro
le haut-parleurs

ingoma z'ikizungu
la batterie

gitari
la guitare

gitari y'ijwi ryo hasi
la contrebasse

urumbeti
la trompette

piyano
le piano

iningiri
le violon

gitari idunda
la basse

sembare
les timbales

ingoma
le tambour

inanga ya kizungu
le piano électrique

sagisofone
le saxophone

umwirongi
la flûte

indangururamajwi
le microphone

igitaragwe
le tigre

umuryango
l'entrée

ikibuti
la cage

imparage
le zèbre

ibiryo by'amatungo
l'alimentation animale

panda
le panda

inyamaswa

les animaux

inzovu

l'éléphant

kanguru

le kangourou

inkura

le rhinocéros

ingagi

le gorille

idubu

l'ours

ingamiya

le chameau

imbuni

l'autruche

intare

le lion

inguge

le singe

uruyongoyongo

le flamand rose

gasuku

le perroquet

idubu yo mu bukonie

l'ours polaire

inyoni yo ku mazi

le pingouin

igifi kinini

le requin

inyoni y'amasunzu

le paon

inzoka

le serpent

ingona

le crocodile

umurinzi

le gardien de zoo

umuhuri

le phoque

ingwe

le jaguar

icyana k'ifarasi

le poney

ingwe

le léopard

imvubu

l'hippopotame

umusumbarembo

la girafe

inkona

l'aigle

isatura

le sanglier

ifi

le poisson

akanyamasyo

la tortue

igifi k'imikaka

le morse

umuhari

le renard

isha

la gazelle

les sports

Futuboro y'abanyamerika
l'american Football

gusiganwa ku magare
le cyclisme

tenisi
le tennis

Basiketi
le basket-ball

umukino wo koga
la natation

umukino w'amakofe
la boxe

Hoke yo ku rubura
le hockey sur glace

umupira w'amaguru

le football

umukino wa badminton

le badminton

abakina imikino
ngororamubiri

l'athlétisme

handibolo

le handball

guserereka kuri neje

le ski

polo

le polo

gusimbuka
sauter

guhobera
embrasser

guseka
rire

kuririmba
chanter

kugenda
marcher

gusenga
prier

gusomana
faire la bise

kurota
rêver

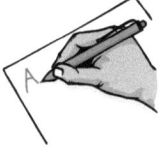

kwandika

écrire

gushushanya

dessiner

kwerekana

montrer

gusunika

pousser

gutanga

donner

gufata

prendre

kugira

avoir

gukora

faire

kuba

être

guhaguruka

être debout

kwiruka

courir

gukurura

trier

kujugunya

jeter

kugwa

tomber

kuryama

être couché

gutegereza

attendre

kwikorera

porter

kwicara

être assis

kwambara

s'habiller

gusinzira

dormir

gukanguka

se réveiller

kureba

regarder

kurira

pleurer

kwagaza

caresser

gusokoza

peigner

kuvuga

parler

gusobanukirwa

comprendre

kubaza

demander

kumva

écouter

kunywa

boire

kurya

manger

gushyira ku murongo

ranger

gukunda

aimer

guteka

cuire

gutwara imodoka

conduire

kuguruka

voler

kugashya

faire de la voile

kubara

calculer

gusoma

lire

kwiga

apprendre

gukora

travailler

kurongora

se marier

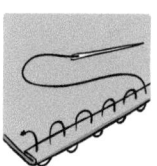

kudoda

coudre

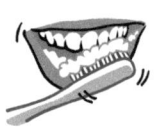

uburoso bw'amenyo

brosser les dents

kwica

tuer

kunywa itabi

fumer

kohereza

envoyer

umuryango
la famille

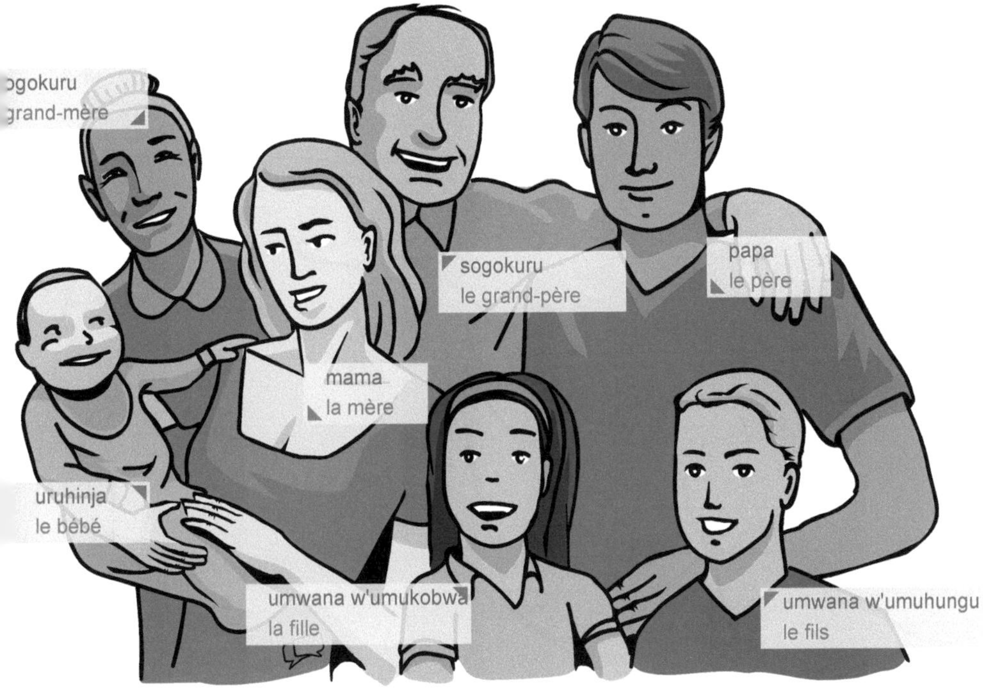

ogokuru
grand-mère
sogokuru
le grand-père
papa
le père
mama
la mère
uruhinja
le bébé
umwana w'umukobwa
la fille
umwana w'umuhungu
le fils

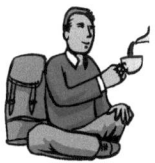

umushyitsi

l'hôte

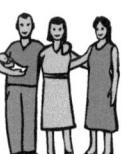

masenge

la tante

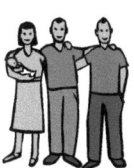

marume

l'oncle

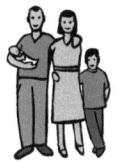

musaza wange

le frère

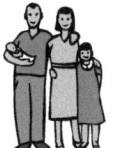

mushiki wange

la sœur

umubiri

le corps

agahanga k'imbere
le front
ijisho
l'œil
urutugu
l'épaule
urutoki
le doigt
isura
le visage
akananwa
le menton
ikiganza
la main
ibere
la poitrine
ukuguru
la jambe
ukuboko
le bras

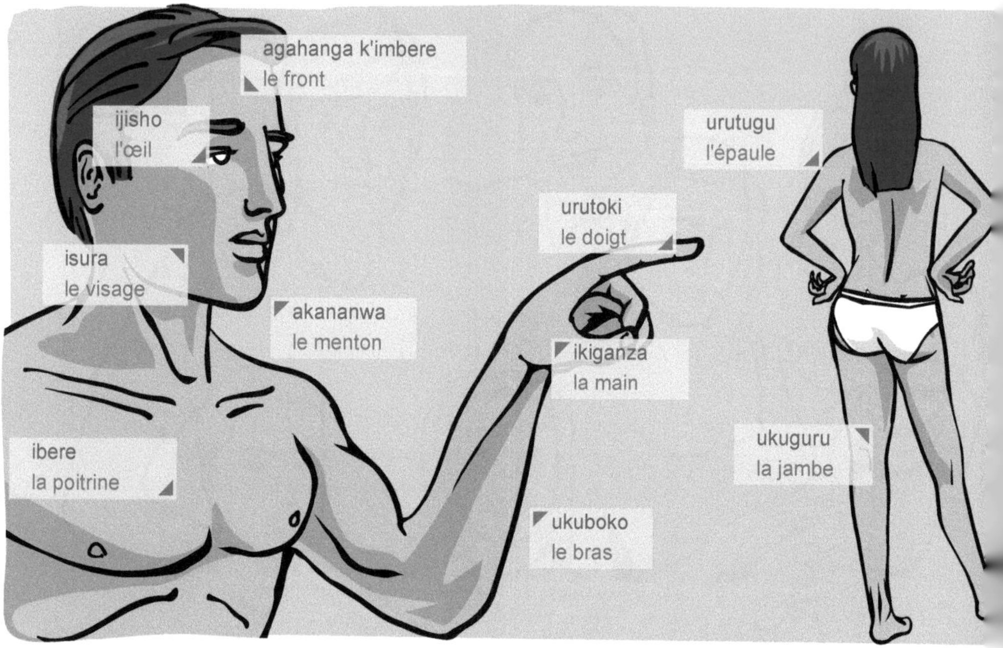

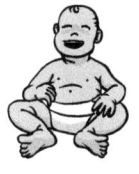

uruhinja

le bébé

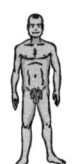

umugabo

l'homme

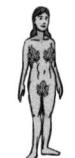

umugore

la femme

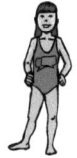

umukobwa

la fille

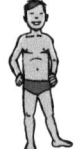

umuhungu

le garçon

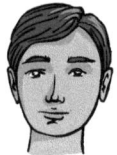

umutwe

la tête

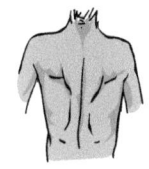

umugongo

le dos

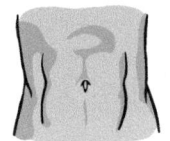

inda

le ventre

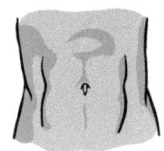

umukondo

le nombril

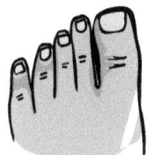

ino

l'orteil

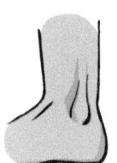

agatsinsino

le talon

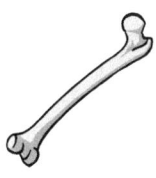

igufa

l'os

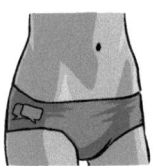

amayunguyungu

la hanche

ivi

le genou

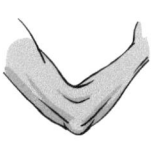

inkokora

le coude

izuru

le nez

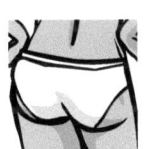

ikibuno

les fesses

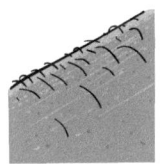

uruhu

la peau

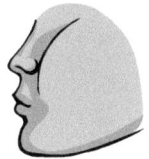

itama

la joue

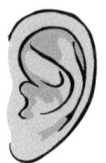

ugutwi

l'oreille

umunwa

la lèvre

umubiri - le corps

mu munwa

la bouche

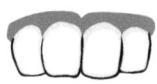

iryinyo

la dent

ururimi

la langue

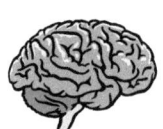

ubwonko

le cerveau

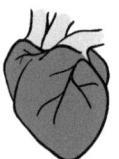

umutima

le cœur

umutsi

le muscle

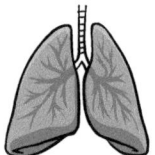

ibihaha

les poumons

umwijima

le foie

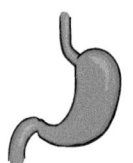

igifu

l'estomac

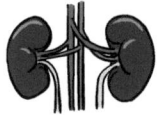

impyiko

les reins

igitsina

le rapport sexuel

agakingirizo

le préservatif

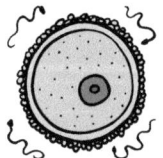

intanga

l'ovule

amasohoro

le sperme

gusama inda

la grossesse

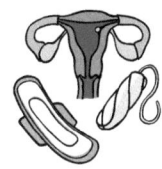

imihango

la menstruation

igituba

le vagin

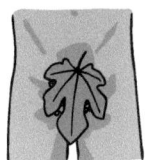

imboro

le pénis

ibitsike

le sourcil

umusatsi

les cheveux

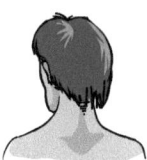

ijosi

le cou

ibitaro

l'hôpital

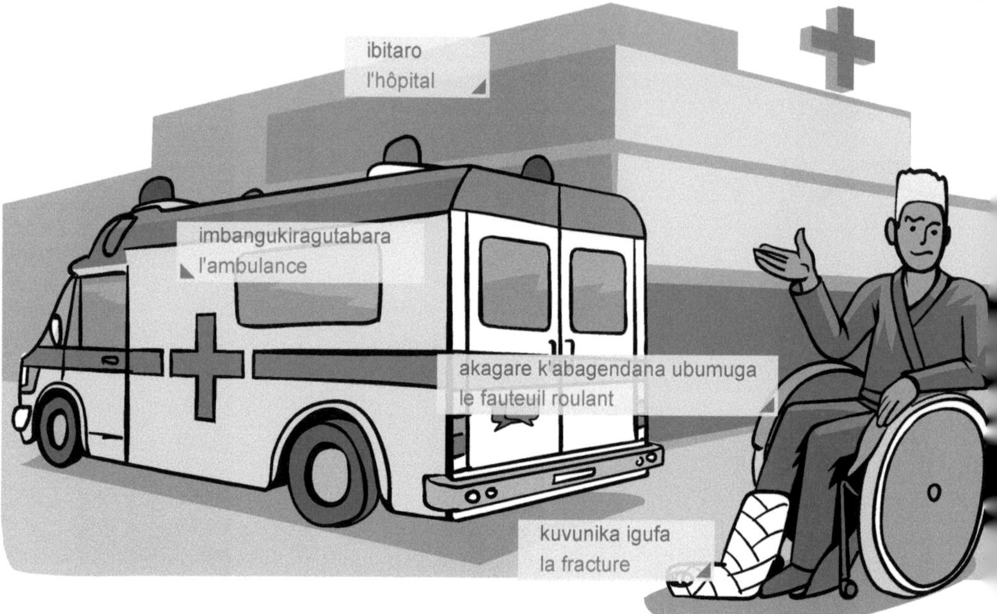

ibitaro
l'hôpital
imbangukiragutabara
l'ambulance
akagare k'abagendana ubumuga
le fauteuil roulant
kuvunika igufa
la fracture

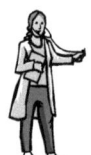

muganga
le médecin

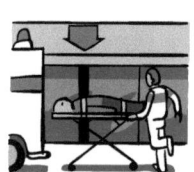

icyumba k'indembe
le service des urgences

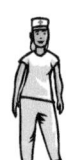

umuforomo kazi
l'infirmière

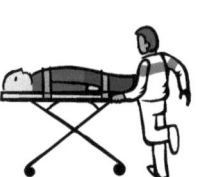

mu ndembe
l'urgence

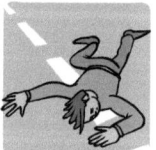

guta ubwenge
inconscient

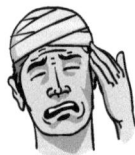

ububabare
la douleur

igikomere

la blessure

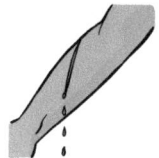

kuva amaraso

l'hémorragie

gufatwa n'umutima

la crise cardiaque

kuziba k'udutsi two mu bwonko

l'attaque cérébrale

kwivumbura k'umubiri

l'allergie

inkorora

la toux

umuriro

la fièvre

ibicurane

la grippe

impiswi

la diarrhée

kurwara umutwe

le mal de tête

kanseri

le cancer

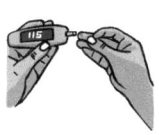

diyabete

le diabète

muganga ubaga

le chirurgien

icyuma kibaga umurwayi

le scalpel

kubagwa

l'opération

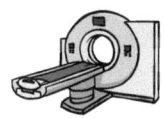

ifoto yo mu cyuma

le CT

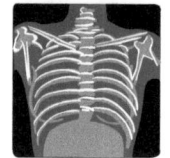

radiyo

la radiographie

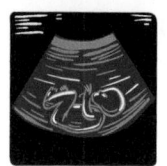

isuzuma rikoresha amajwi

l'échographie

agapfukamunwa

le masque

indwara

la maladie

icyumba bategererezamo

la salle d'attente

imbago yo kwicumba

la béquille

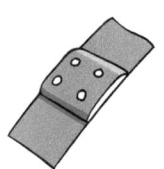

pasema

le pansement

igipfuko

le pansement

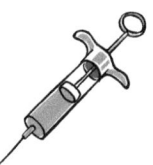

urushinge

l'injection

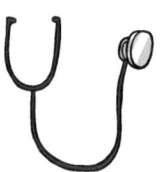

igipimo cy'umutima

le stéthoscope

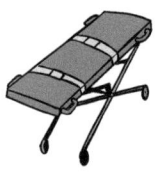

burankari

le brancard

igipimo cy'umuriro

le thermomètre

ivuka

l'accouchement

umubyibuho ukabije

la surcharge pondérale

 unganirangingo y'amatwi

l'appareil auditif

umuti wica mikorobe

le désinfectant

ubwandu

l'infection

virusi

le virus

Virusi itera sida / Sida

le VIH / le sida

ubuganga

le médicament

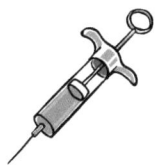

gukingira

la vaccination

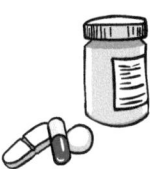

ibinini

les comprimés

ikinini

la pilule

uhamagara byihutirwa

l'appel d'urgence

igenzura ry'umuvuduko
w'amaraso

le tensiomètre

urwaye / ufite amagara
meza

malade / sain

Ntabara!
Au secours !

inzogera itabaza
l'alarme

gusagarira
l'assaut

igitero
l'attaque

icyateza amakuba
le danger

umuryango unyuramo ukiza
amagara
la sortie de secours

Inkongi!
Au feu!

ikizimyamuriro
l'extincteur

impanuka
l'accident

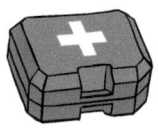

ibikoresho by'ubutabazi
bw'ibanze
la trousse de premier
secours

induru itabaza
SOS

polisi
la police

Uburayi

l'Europe

Amerika y'Amajyaruguru

l'Amérique du Nord

Amerika y'Amagepfo

l'Amérique du Sud

Afurika

l'Afrique

Aziya

l'Asie

Ositarariya

l'Australie

Atalantika

l'Océan atlantique

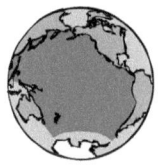

Oasifika

l'Océan pacifique

Inyanja y'Abahinde

l'Océan indien

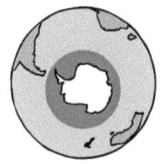

Inyanja y'Antagitika

l'Océan antarctique

Inyanja y'Arigitika

l'Océan arctique

Amajyaruguru y'Isi

le Pôle nord

Amagepfo y'Isi

le Pôle sud

Antaragitika

l'Antarctique

Isi

la terre

ubutaka

le pays

ikiyaga

la mer

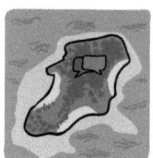

ikirwa

l'île

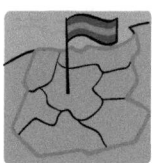

igihugu

la nation

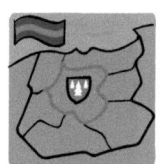

leta

l'état

kadere y'isaha

le cadran

urushinge rw'amasaha

l'aiguille des heures

urushinge rw'iminota

l'aiguille des minutes

ushinge rw'amasegonda

'aiguille des secondes

ni isaha ki?

Quelle heure est-il ?

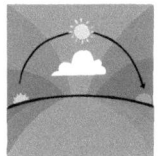

umunsi

le jour

igihe

le temps

nonaha

maintenant

isaha y'imibare

la montre digitale

iminota

la minute

amasaha

l'heure

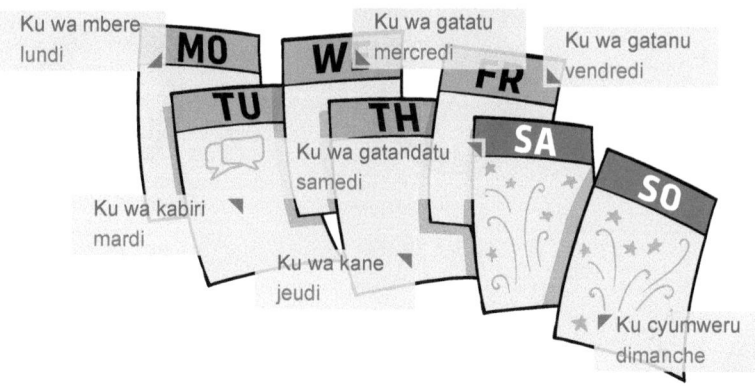

Ku wa mbere — lundi
Ku wa gatatu — mercredi
Ku wa gatanu — vendredi
Ku wa kabiri — mardi
Ku wa gatandatu — samedi
Ku wa kane — jeudi
Ku cyumweru — dimanche

ejo hashize
hier

none
aujourd'hui

ejo hazaza
demain

igitondo
le matin

saa sita
le midi

ku mugoroba
le soir

iminsi y'akazi
les jours ouvrables

wikendi
le week-end

umwaka
l'année

imvura
la pluie
umukororombya
l'arc-en-ciel
neje
la neige
umuyaga
le vent
urugaryi
le printemps
umuhindo
l'automne
iki
l'été
igihe cy'ubukonje
l'hiver

4.APRIL 11°
5.APRIL 4°
6.APRIL 13°
7.APRIL 8°
8.APRIL 10°

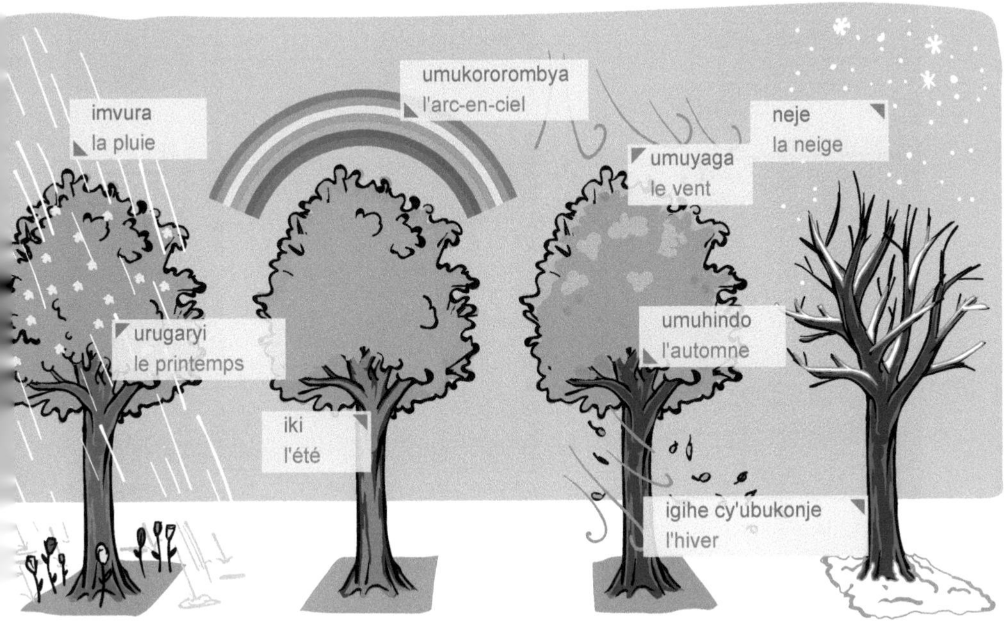

iteganyagihe

la météo

F C
120 40
90 30
60 20
30 10
0 0
-30 -10
-20

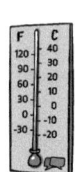

igipimo cy'ubushyuhe

le thermomètre

izuba rirashe

la lumière du soleil

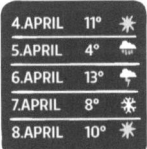

ibicu

le nuage

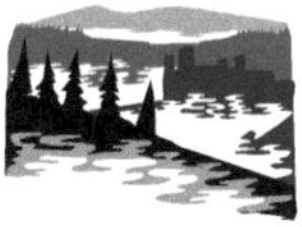

ibihu

le brouillard

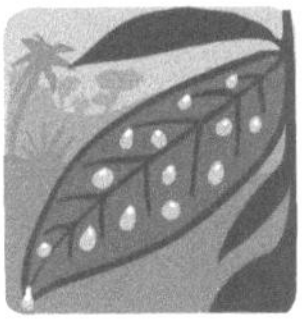

ububobere

l'humidité

umurabyo

la foudre

inkuba

la tonnerre

umuhengeri

la tempête

urubura

la grêle

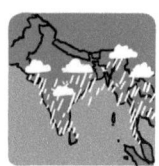

imiyaga ihuha iturutse mu nyanja

la mousson

umwuzure

l'inondation

barafu

la glace

Mutarama

janvier

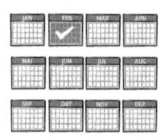

Gshyantare

février

Werurwe

mars

Mata

avril

Gicurasi

mai

Kamena

juin

Nyakanga

juillet

Kanama

août

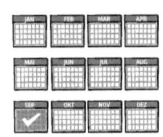

Nzeri

septembre

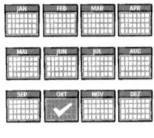

Ukwakira

octobre

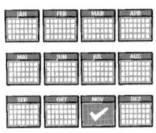

Ugushyingo

novembre

Ukuboza

décembre

amaforoma
les formes

uruziga

le cercle

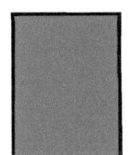

mpandenye

le carré

urukiramende

le rectangle

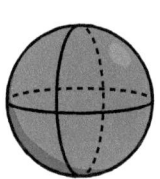

mpandeshatu

le triangle

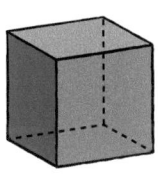

umubumbe

la sphère

kibe

le cube

les couleurs

umweru

blanc

umuhondo

jaune

oranje

orange

iroza

rose

umutuku

rouge

isine

violet

ubururu

bleu

icyatsi kibisi

vert

igihogo

marron

ikigina

gris

umukara

noir

byinshi / bike

beaucoup / peu

urakaye / utuje

fâché / calme

mwiza / mubi

joli / laid

intangiriro / impera

le début / la fin

kinini / gito

grand / petit

gikeye / kijimye

clair / obscure

musaza / mushiki

frère / soeur

gisukuye / cyanduye

propre / sale

kirangiye / kitarangiye

complet / incomplet

umunsi / ijoro

le jour / la nuit

wapfuye / muzima

mort / vivant

hagari / hafunganye

large / étroit

kiribwa / kitaribwa

comestible / incomestible

umugome / ugwa neza

méchant / gentil

ushishikaye / warambiwe

excité / ennuyé

ubyibushye / unanutse

gros / mince

mbere / nyuma

le premier / le dernier

inshuti / umwanzi

l'ami / l'ennemi

cyuzuye / kirimo ubusa

plein / vide

gikomeye / cyoroshye

dur / souple

kiremeye / kitaremereye

lourd / léger

inzara / inyota

faim / soif

urwaye / ufite amagara meza

malade / sain

kemewe n'amategeko / kibujijwe n'amategeko

illégal / légal

umunyabwenge / igicucu

intelligent / stupide

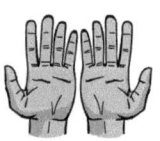

iburyo / ibumoso

gauche / droite

hafi / kure

proche / loin

gishya / cyakoze

nouveau / usé

nta kintu gihari / hari ikintu gihari

rien / quelque chose

ushaje / muto

vieux / jeune

atsa / zimya

marche / arrêt

gifunguye / gifunze

ouvert / fermé

ucecetse / usakuza

faible / fort

ukize / ukennye

riche / pauvre

ni byo / si byo

correct / incorrect

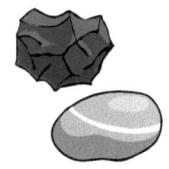

hahanda / hahehereye

rugueux / lisse

urakaye / wishimye

triste / heureux

mugufi / muremure

court / long

urandaga / wihuta

lent / rapide

utose / wumye

mouillé / sec

ashyushye / ahoze

chaud / froid

intambara / amahoro

la guerre / la paix

0

zeru

zéro

1

rimwe

un / une

2

kabiri

deux

3

gatatu

trois

4

kane

quatre

5

gatanu

cinq

6

gatandatu

six

7

karindwi

sept

8

umunani

huit

9

icyenda

neuf

10

icumi

dix

11

cumi na rimwe

onze

12

cumi na kabiri

douze

13

cumi na gatatu

treize

14

cumi na kane

quatorze

15

cumi na gatanu

quinze

16

cumi na gatandatu

seize

17

cumi na karindwi

dix-sept

18

cumi n'umunani

dix-huit

19

cumi n'icyenda

dix-neuf

20

makumyabiri

vingt

100

ijana

cent

1.000

igihumbi

mille

1.000.000

miliyoni

le million

Icyongereza

l'anglais

Icyongereza
cy'Abanyamerika

l'anglais américain

Igishinwa k'ikimandarini

le chinois mandarin

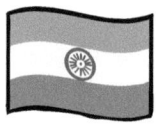

Igihindi

le hindi

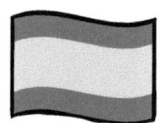

Ikesipanyoro

l'espagnol

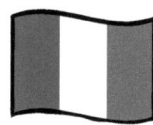

Igifaransa

le français

Icyarabu

l'arabe

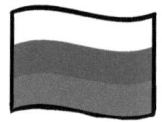

Ikirusiya

le russe

Igiporutigari

le portugais

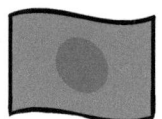

Ikibengari

le bengali

Ikidage

l'allemand

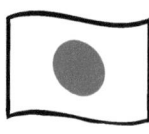

Ikiyapani

le japonais

ge
....
je

wowe
....
tu

we / we / we
....
il / elle / ce, c', cela

twe
....
nous

mwe
....
vous

bo
....
ils / elles

nde?
....
Qui ?

iki?
....
Quoi ?

gute?
....
Comment ?

hehe?
....
Où ?

ryari?
....
Quand ?

izina
....
le nom

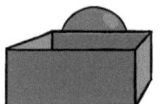

inyuma

derrière

mo imbere

dans

imbere ya

devant

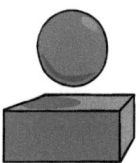

hejuru ya

au-dessus

kuri

sur

munsi ya

en-dessous

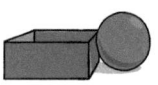

iruhande

à côté de

hagati

entre

ahantu

le lieu